காதல் ஒன்று தொடர

பிரசன்னா ஸ்ரீநிஷ்

aelay
publish

காதல் ஒன்று தொடர
கவிதை
ஆசிரியர் : பிரசன்னா ஸ்ரீநிஷ் 2022 ©
முதல் பதிப்பு : நவம்பர் 2022
வெளியீடு : ஏலே பதிப்பகம்
5/175, பாத்திமா நகர், கூத்தென்குழி,
திருநெல்வேலி - 627104
தொடர்புக்கு : +91 9944992571

Kadhal Ondru Thodara
Poetry

First Edition : November 2022
Pages: 72
ISBN : 978-93-5533-620-0
Aelay Publish
Contact : +91 9944992571
Designed by : Aelay publish team

திறக்காத பக்கங்களின் தீண்டல்களே காதல். காலை எழுந்தும் காயம் படுத்தும் காதல் ஒன்றே. அன்றாட வாழ்வில் ஆங்காங்கே என்றில்லாமல் எங்கிலும் எதிலும் இயற்கை காட்சிகளிலும் காதல் கொண்டேன். மணம் வீசும் மலர்களுக்கிடையே காதல் அதில் சுரக்கும் தேனை ருசிக்கும் தேனீகளுக்கு இடையே காதல் அதை உண்ணும் மானுடனுக்கும் காதல் என காலங்களிலும் காணும் ஜீவன்களிலும் காதல் மட்டுமே சுதந்திரத்தொடர்.

காலை பிறந்தும் உன் கண்கள் பார்க்கவேண்டும் கைகள் கோர்க்க வேண்டும் என ஆசைகளின் அலைக்கடலில் காதல் ஒன்றே காக்கும் தொடர்.

இக்கவிதை தொகுப்பில் காதல் என்றும் புனித உணர்ச்சியை தொட்டால் மட்டும் போதாது அதில் தொடர்ந்து பிரயாணம் செய்து மனம் தொலைத்து வாழும் வாழ்க்கையை அதில் வாழும் வசனங்கள் வார்த்தைகள், காத்திருப்பு, தவிப்பு, இன்மை, இன்பம், துன்பம் என காதல் தொடர் காலத்தின் காணொளிகளை காட்சிப்படுத்திருக்கிறேன் என கவிதைகளாக

வாருங்கள் காதல் ஒன்றை தொடர செய்வோம்...

இப்படிக்கு
காதலுடன்
பிரசன்னா ஸ்ரீநிஷ்

கணங்கள் கரையும் கரைகள் ஒதுங்கும்
காதல் மட்டும் எந்நாளும் அடங்காது.

நிமிடமாய் நகரலாம்
நொடிகளாய் முடியலாம்
ஆனால் நாட்களாய் நீளும்
நான் உயிர் வைத்த காதல்.

உன்னை எண்ணாத நாளில்லை
என்னில் நீ தோன்றாத கணமில்லை.

என் வானில் நீ முழு நிலவாய் ஜொலிக்க
வேண்டாம்
என் வாழ்வு முழுவதும் நீ நட்சத்திரமா மின்னிட
வேண்டும்.

என்னை விட்டு நீ தொலைதூரம்
தொலைந்தாலும்
என் இதயம் உன்னை நெருங்கி
கொண்டேதான் இருக்கும்.

நெஞ்சோரத்தில் காதல் தேங்கியது
கண்களோ உனைக் காண ஏங்கியது
தொலைவினில் நீ இருக்கலாம்.
எப்போதும் என் நேசமும் பாசமும்
உன்னை நெருங்கி அணைத்தே நகரும்.

பனி சுமக்கும் குளிரோ
நிலவின் நிழலோ
இதயத்தின் துடிப்போ
கனவின் கற்பனையோ
எல்லாம் ஒன்றை
ஒட்டிக்கொள்வதைப் போல
உன்னை ரசிக்க கட்டிக்கொள்வேன்.

மழை கொட்டி தீர்த்த வானம் போல்
வெறுமென கிடந்தேன்
வானவில்லாய் எழும்பி என் வாழ்க்கையை
வருடினாய்.

என்னை மீறி என்ன நடந்தாலும்
உன்னை மீறி உயிர் போகாதே !!

காதலால் கை கோர்த்து
உன்னை கண்ணோடு ஒட்டிக்கொண்டு
இதயம் உருக இருக்கிறேன்.

அவள் கண்களில் கண்ட கதை கருக்களை
காதல் அணுக்களாய் கோர்க்கிறேன்.

விண் நோக்கி போனாலும்
மண் நோக்கி வீழ்ந்தாலும்
உன் கண்களுக்குள் சிக்கி
வாழ்வதே வரம்.

எப்போதும் உனக்காக

எந்நாளும் உறவாக

உயிர் காக்க நான் இருப்பேன்.

ஆயிரம் நிறம் மாறினாலும்

உன் கரம் பிரியமாட்டேன்.

நாளெல்லாம் உன் நாடிபிடித்து

காதல் என்னும் நெடுஞ்சாலையில்

நெடுந்தூரம் நடக்க ஆசை.

மழைத்துளிகளின் நடுவினிலே
உன்னைக் கண்டேன்
மண்ணில் மழை வாடை கமழ
என் மனமும் கசிந்தது

நீ இன்றி அமையாது காதல்.

என்றும் உன் நினைவில்
நானும் என் வானும்.

நான் நிலவை பார்த்தேன்

அவள் என்னைப் பார்த்தாள்

இருவரையும் விண்மீன் வேடிக்கை பார்க்க

மெல்ல தென்றல் தூக்கிச் செல்ல

காதல் கொண்டு அவள் மடியில் தவழ்ந்தேன்.

அகத்தில் அகப்படும் அந்த ஒரு சொல்

அவள் பார்வையில் மட்டுமே புலரும்.

உறவறியா உயிர் முறை நீ ஆக்கிறாய்
உடன்படவே நெறிமுறை நீ கேட்கிறாய்.

கண்ணீரெண்டில் காதல் கரை தட்ட
கண்ணெதிரே நீ தோன்றினாய்
அலையாய் உன்னில் ஆர்பரித்தேன்.

விண் ஆள பார்க்கும் விழிகள் உனதானால்
என் ஆழ காதல் கரையும் உனதே.

உன் கண் சிமிட்டல்களுக்கு
கனவின் கற்பனையோ தேய்ந்துவிடும்.

காரணம் ஏதுமில்லாமல்
காதலை ஒப்புக்கொண்டேன்
ஏனென்றால் கேள்வி நீ ஆனதால்.

கனலாய் கரைந்த காலமெல்லாம்
அனலாய் நெஞ்சில் இன்னும் கனக்குதடி.

கைமாறி போகும் இதயம்
இடம் மாறி சேராது
இதை புரியா காதல் புனிதம் ஆகாது.

விரல் பிடி விடாதே
நிழல் நீங்கி போகாதே
எந்நாளும் கட்டிக் கொள்ள நீ தானடி.

ஆயிரம் காட்சிகள் உணர்த்தினாலும்
அவள் கண்கள் உணர்த்தும்
உணர்ச்சிப் போல் ஆகாது.

பார்க்க பார்க்க இதயம் இழந்தேன்
உன் மனக்கூட்டில் உயிராய் தரிய.

உன் இதயத்தில் இசைக்கும் வீணையடி நீ
உன் இதழ் வரிகளில் என் காதல் காயுதே.

மெட்டிற்கு பாட்டாய் மாறினேன்
காதல் மொட்டொன்று மலர.

நான் காணும் காட்சிகள்
யாவும் உன் கண்ணோட்டத்துடன்
ரசிக்க வேண்டும்
நம் ரசனையாக.

வாழும் வாழ்க்கையை
வருடச் செய்யும் அந்த ஒரு நொடி
காதலால் மட்டுமே அரும்பச்செய்யும்.

விரும்பியே விழுந்தேன்
அவள் விழிகளில்
விடியல்கள் காண.

காத்து நிற்பது காதலை காக்க
ஏங்கி நிற்பது ஏக்கங்களை தீர்க்க
உன்னோடு நான் இருப்பது துணையாய்
உன் துன்பம் கடக்கவே.

கண்கள் காண ஏங்கி நின்ற காலம் மருவி
கனவில் கண்ட காதல் நேரில் வந்து
உறவாடுதே.

காத்து நின்று காதல் வைத்த ஆசை யாவும்
கழகங்கள் சேர்த்து கை கோர்க்குதே.

இருவருக்கு இடையே
இருக்கும் இடைவெளியை
இலக்கணம் ஏதுமில்லா மொழியில்
இணைத்தேன்
வேறேதும் இல்லை
நம் காதல் என்றும் கவிதையால்.

நாளெல்லாம் காத்திருக்கிறேன்.
உன்னிடத்தில் உயிர் கரைந்து
உறவாடும் ஓர் நொடிக்காக.
கண்மூடி உறங்கினாலும்
கனவில் உள்ளோடு நான் கழித்த
பொழுதுகளே விடியும்.

தீராத தூரம் கொண்டு
மாறாத வானம் கண்டு
அன்பின் வெப்பம் சூழ
உன்னை மார்போடு அணைத்து
காதலால் அலங்கரிப்பேன்.

நினைவுகளில் நீ
நினைத்தாலும் நீ
நெஞ்சுக்குள் நீ
நெஞ்சமெல்லாம் நீ
வாழ்விலும் நீ
வாழ்வதும் நீ
என் வாழ்க்கையே நீ தானடி.

உன் காதல் காணாமல் போனால்
காலங்கள் வீணே.
உன்னை பாராமல் போனால்
பாவம் சேரும் பாவியும் நானே.

உண்மைக் காதல் உணர்ந்தால்
உரியவரிடத்தில் வந்து உயிர் சேரும்.

நேரமில்லாமல் உன்னை
நேரில் காண வந்தேனோ.
உன் இருவிழி தரிசனம் கிட்டியதால்
வீணான நேரமெல்லாம்
நேர்காணல் காணுதே.

கவிஞனாய் காலம் முழுதும் கழிப்பேன்
உன் அழகை வர்ணிக்க வார்த்தை கோடி தேடி.

நீயின்றி நாட்கள் நகராது
நீயின்றி நாழிகை கழியாது
நீ இல்லாமல் நெஞ்சமும் தொலையாது.

போதும் என்று நீ சொல்லி போனாலும்
போகாதே என்று என் மனம் எப்போதும்
உன்னிடம் பேச ஏங்கி நிற்கும்
என்றும் உனக்காக.

உறவு கொண்டால் விண்ணோடு பிணைவேன்
உயிர் மடிந்தால் உன்னோடு புதைவேன்.
என்றென்றும் என் காதல் உன் மூச்சுக்குள்ளே
உயிர் வாழும் .

ஏனோ எதிர் பாராமல்
எதிர் எதிரே இருவரின்
இருவிழிகளும் நோக்கியது
இருவரின் இதழ்களும்
இனிமையான பதங்கள் கதைத்தது
இருமனங்களும் இணைந்தது
இன்றியமையாமலே.

 காதல் ஒன்று தொடர

பேணும் பெருங்காலத்தில்
பேரிடர் தந்தாலும்
பேரழிவு வந்தாலும்
பேரன்பு பெருகுமே தவிர
உயிர் விட்டு பிரியாது.

கண்கள் காணா இடத்தில் காதல் தேடும்
குரல் கேளா இடத்தில் மனம் பேசும்
இது மொழிக்காத உணர்வு
என்றும் பொய்க்காத உறவு
நீயும், நானும் !!

நீ தொலைவினில் இருந்தாலும்
என் காதல் தொட்டு தொடரும் ஆனால்
எப்போதும் தொலையாது.

நெஞ்சிலே நேசமும் பார்வையில் பேசுமோ
காற்றிலே காதலும் சுவாசமாய் சேருதே !!
கண்ணிலே கவிழ நான்
பாசமாய் பரவினேன்
கூச்சமும் கூசவே
நாடிக்குள் நனைக்கிறேன்.

இடைவெளி இடையூறாக இருக்கலாம்
ஆனால்,
இதழ் வழி நீ பேசும் போது
இன்பங்கள் அதில் நிரம்பி வழியும்.

நினைத்தால் நீ
நினைவெல்லம் நீ
நிகழ்ந்த காலம் நீ
நிகழும் காலம் நீ
நிகழப் போகும் காலம் யாவும் நீயே.

நீ ஒன்று சொல்ல வந்தாய்
நான் ஒன்று சொல்ல வந்தேன்
இருதயங்கள் இணையவழி
செய்யும் பொழுது
தயக்கம் வந்து தாழ்த்தியது.

காத்துக்கிடக்கிறேன் அடி கண்மணி
உன்னோடு சேர்ந்து.
நம் கண்களால் கனாக்கள் கண்டு
ஒன்றாய் உலாக்கள் செல்ல.

உயிர் உணர்ந்தாலும்,
உதிர்ந்தாலும் உடைந்தாலும்
உன்னை மட்டும் சூழ்ந்து கொள்ளும்
வாழும் மூச்சுக்காற்றிலும் முழு மனதாய்.

நான் தாங்குவேன்
முன் அடியெடுத்து வைக்கும் உள் பாதமாயினும்
உடன் வரும் உன் உயிராயினும்.

உனக்காக நானும் எனக்காக நீயும்
நாம் வாழ நெஞ்சம் நிறைந்த காதலும்
எதுவாக இருந்தாலும் எதிர்கொள்ளலாம்
வாழ்வின் எல்லை வரை
நாம் கை கோர்த்து நடத்தலாம்.

இமைதிறந்து இதழ் விரித்து உச்சரிக்கும்
உணர்வு நீ
மனம் மயங்கி அதில் அடங்கி
உயிர் வசிப்பது நான்

மாலை நேரத்தில் மந்திரம்
ஒன்று பழிக்க கண்டேன்
வேறொன்றும் இல்லை
உன் பார்வை ஒன்றே

முதலானதும் நீதான்
முடிவானதும் நீ தான்.

மூச்சுக்காற்றுக்குள்ளே
முழு ஸ்பரிசம் அடங்கும்
முத்தம் ஒன்று வைக்கும் போது.

வாழ்வை திருப்பி பார்த்தேன்
திருத்தி பார்த்தேன்.
நோக்கி போனேன்.
என்றும் மாறாமல் நின்றது
உன் முகம் ஒன்றே.

வண்ணங்கள் சூடிய வானிலை
ஏக்கங்கள் ஏந்திய என்னிலை
எண்ணங்கள் பொருந்திய உன்னிலை
நம் காதல் கூடியே மனநிலை.
என்றும் என்னைவிட்டு பிரியாதே என் சகியே.

கடவுளாலும் திருப்பி தர முடியாது
நான் உன்னை நேசித்த நாட்களும்
ஒன்றாய் சுவாரித்த கணங்களும்.

 பிரசன்னா ஸ்ரீநிஷ்

மனவை பறவை ஒரு அகவை உணரும்
உன் முகவை மலரோ வெண்ணிலவை
தொடரும்.

அன்பால் அகப்படுவேன்
அவளிடம் அடைபடுவேன்.

எல்லாம் சொல்ல உன்னை தேடி
வார்த்தை இல்லா காதல் கோடி
பார்த்து ரசித்த வானவில் நீதானடி.

பேராசைகள் போகும்
உன் அழகியல் ஆரத்தில்
என் வரிகளும் வசப்படும்
உள் மௌன மொழிக்குறிப்புக்குள்.

இருவருக்கும் இடையில் புணரும்
புரிதல் காலம் தான் காதல்.

மௌனம் பேசி ரசித்திட
காதல் மெல்ல கரையுதே.

என்னுள் எண்ணங்கள் எல்லாம் ஆயிரம்
அது உணர்த்துவதெல்லாம் உன்னை மட்டும்.

காதலெல்லாம் காற்றோடு கலந்து
கார்மேகங்களுடன் கரைந்து
மழைதுளியாய் மண்ணில் புதைந்தது.

ஓர் உறவு, ஓர் சுவாசம், ஓர் உலகம்
இரு உயிர்களுக்கு வசிக்கும் காதல்.

டுக்கும் பாதையெல்லாம் அவள்
டுவிழி பார்த்து நடந்தேன்.
டுங்கொத்தாய் அவள் கைகள் கோர்த்து.

காதல் தெரியாமல்
என் கேள்வி புரியாமல்
விடையும் கிடைக்காமல்
விலகிப் போகாமல்
தவித்து நான் துடிக்கிறேன்.

முத்தும் முட்டும் பார்வை ஒன்று.
உத்தும் சுத்தும் பாவை நின்று
ருசித்து ரசித்த ரசனை என்று
மொத்தம் ஓட்டும் பிரபஞ்சமாக
உன்னிடம் சேர்கிறேன்.

ஆயிரம் வார்த்தைகள் கொண்டு
கவி அமைத்தாலும்,
அவள் பெயரினை உச்சரித்தால்
குடை சாய்கிறேன்.

கண்ணூடி கவிதை எழுத நினைத்தேன்
கற்பனையாக அவளே
கண்முன் தோன்றினாள்.

தொட்டு தழுவும் துளிகளில் துளிர் விட்டேன்.
அவள் பார்வையில் நின்று.

அடை மழையில் நனைந்தாலும்
காற்றலைகள் கடந்தாலும்.
உள் கார்குழல் என் மேனியில் தொடும் பொழுது
ஒரு மாயம் என்னுள் பொறிக்கப்படுகிறது.

ஒரு பாவையின் பார்வையில்
காதலாய் கண்டறியப்பட்டேன்.

தன்னிலை மறந்து
உன்னிலை உணர்ந்து வாழ்கிறேன்.

அவள் விழிகளில் நான்
என் விழுதுகளில் அவள்
விட்டுப் போகாத பாசம் ஒன்று
விடாமல் தொடரும் நேசம் கொண்டு
கிளைகளாய் படர்ந்து
கிளிகளாய் காதல் பரப்பியது
எங்கள் உலகில் நாம் என்னும் துளிகளாய்.

இடைகாதலுக்குள் இன்மையுணருதே
இவள் மூச்சுக்குள்ளே உயிரும் ஓடுதே

அவள் அகம் அகழ் கொண்டேன்
என் இருள் அகல் கண்டேன்.

ரசனையில் எனக்குப் பிடித்த ரசனை
அவள் ரசிக்கும் பொழுதுகள்.

எல்லைகள் எல்லாம் இல்லாமல் போக
எனக்குள் எல்லாம் நீயென சேர்ந்தாய்.

காற்றும் கருகியது டு ஒன்றின் மூச்சின்
வெப்பத்தால்.

காற்றலையால் கார் மேகம் நகரும்.
உன் காந்தலை பார்வையில் என் இதயம்
இலகும்.

தூழ்நிலைகளை தூதாடி போனாய்
கவலைகளை களவாடிச் சென்றாய்.
காதலை மட்டும் நெஞ்சுக்குள்ளே தேக்க
தழும்பினேன்.

இன்னிசை ஒன்று கேட்டுவர
மனம் மயங்கி கூத்தாடியது.
எதுவென்று கேட்டால்,
உன் குழலிசை என்பேன்.

நாழிகை கழித்து
நாட்கள் பல முடிந்தது
இம்சைகள் தொலைந்து,
இரவுகள் விழித்தது
எல்லாம் புது காதல் விடியல் ஒன்று காணவே.

நாளெல்லாம் நிறைய பேசியது இல்லை
ஆனால் நிறைவாக பேசி பொழுதை சாய
செய்திருக்கிறேன்.

கரங்கள் கோர்க்க
கரையில் பாதங்கள் பதிய
அலைகள் இசையெழுப்ப
காற்றும் தாலாட்ட
என் தோள்களில் தலை சாய்ந்தாய்
நான் உன் தூண் என.

மூச்செல்லாம் முப்பொழுதாய்

மூச்சுக்குள்ளே மூடிகடித்தாய்

பேச்செல்லாம் பேரன்பாய்

பேச்சுக்குள்ளே உன் பெயராய்.

உன் குரல் ஒலித்ததும்

திரும்பி உன் கண்களைப் பார்த்தேன்

கள்ளம் இல்லா காதலை களவாடியது

எல்லாம் மாறி போக இன்றோ,

தத்தளித்து தாங்கி தவித்து

எண்ணி ஏங்கிய ஏக்கமெல்லாம்

எங்கோ பறந்து

உன்னை மறக்கச் சொல்லும்

வலியை உணர்ந்தால்

சத்தமில்லாமல் கண்ணீர் வடிக்கிறது.

உன்னை ரசித்த கண்கள்.

மாலை மதி இமை உதய நான்
உன் மடி சாய
இன்பம் இமைகளில் இடரிப் பூக்க
தேய்பிறைப் போல் என் காதல்
அவளிடம் கரையுதே.

உயிர் உறைக்க உண்மை ஒன்று சொல்கிறேன்.
என்னுயிரை பரிசாய் தருகிறேன் வாழ்நாள்
முழுவதும்..

மொழி இல்லை நாம் பூசி கதைக்க
விழியிலே நாள் பேசி களைக்க.

கண் இரண்டாலும் அது இருண்டாலும்
பார்ப்பது உன்னைத் தானே.
உயிர் ஒன்றாகும் அது உடைந்தாலும்
வசிப்பது உன்னிடம் தானே.

நானும் நீயும் ஒன்றாய் சேர
உள்ளம் உணர்ந்து வாழ
நமக்கான ஒரு உலகில்
ஓர் உயிராய் வசிப்போம் வா.

புரிதல் கொண்டே காதல் தேடு
புரிந்து கொண்டு நாளும் வாழு.

இணைப்பிரியாத நெருக்கம்
உனக்கும் எனக்கும் தொடர வேண்டும்.
களையாத பாசம் நேசம்
நம்மை கட்டி இருக்கிட வேண்டும்.

மறைந்து விரல்கள் விரைந்து
சரி இணை எதுவென தேட
உன் மொழிப்பேச்சில் மடிந்தேனே பதமாக
என் விழியின் ஓரம் தென்றலாக நீயும் வீச.
இருமனம் அது பிணைந்தோட
புது அறம் நாம் படைப்போமே வா.

 பிரசன்னா ஸ்ரீநிஷ்

வரிகளில் வசந்தகால கோர்வை.
இமைகளில் காதலின் பிரதமை
நான் உன் உயிரின் கலவை
என அன்பின் ஆளுமை ஆக்கினாள்.

அவள் இமைகளில் ஈரம் இடர இடர
என் இதயம் இயல்பை இழக்கும்
அவள் கண்களில் கண்ணீர் திரள திரள
மனமோ மாய்ந்துப் போகும்.

நீல வானமாய் நிலைத்திருந்தாய் அதில்
வெண் மேகங்களாக டுத்திருந்தேன்.

திசை எங்கிலும் அவன் பார்வைகள் கொண்டு
பாதைகள் அமைக்கிறேன்.

வேண்டாம் என்று நான் விலகி
போனால் கூட
உந்தன் நினைவுகள் நீடி வாழ செய்யுதே
சண்டைகள் ஏராளம் போட்டால் கூட
நம் சந்திப்புகள் சலிக்காமல்
காதல் செய்யத் தூண்டுதே.

என்ன எங்கவிட்டு போனாலும்
என்ன ஏங்க விட்டு போகாத
எந்த தூரம் நீயும் போனாலும்
என்ன துடிக்க விட்டு போகாத.

மழை ரசித்திடும் அழகு குடை சாய்ந்திடும்
தூரல் தூவும் போதே சாரல் சரிக்குதே
அலை அழைக்கும்போது
குலை களைத்திடும் கனவு
இடி இடித்திடும் போதே இதயம் அதிருதே.

போதும் போகும் தூரம் வரை போகலாம்
வாழும் வானம் தூவும் வரை வாழலாம்
சோகம் போடும் சாரம் வரை கூடலாம்
காணும் காலம் தாவும் வரை தவழலாம்.

பார்க்கும் பார்வைதான் பரவசம் படைக்குதே

பேசும் பேச்செல்லாம்தான்

பேரன்பாய் பொழிந்ததே

தவணையில் தந்த காதல் தான்

சொந்தமாகி சேருதே

அன்பை அள்ளி தந்த நேரம் தான்

ஆயுளை அழகாய் கூட்டுதே

உணரா உயிரா உன்னில் நான் சேரவே

புரியா புதிரா உன்னில் நான் பூக்கவே

தொடரா தொலைவா உன்னில் நான் தேடவே

மலரா மதியா உன்னில் நான் தோன்றினேன்.

இரு உயிர் சேர வேண்டியே என்னுள் ஏங்கி
கொள்கிறேன் .

தீரா காதல் டூரா பந்தம் நீயடி
தூவா தூவல் கூறா செந்தமும் நீயடி.

நேரும் நேரும் இருவிழிகளும் பார்த்திடவே
புதிரும் உதிரும் இருமனமும் சேர்ந்திடவே
தூவும் தூரும் இரு அன்பின் மேகங்களே
மலரும் உதிரம் இரு உயிரின் உச்சமாக.

ஓர் உறவாய் நான் உன்னை கொண்டேன்
என் உணர்வாய் நீ நெஞ்சில் நின்றாய்.
ஓர் கனவாய் நான் உன்னை கண்டேன்
என் நிஜமாய் நீ நேரில் நின்றாய்
ஓர் துடிப்பாய் நான் உன்னில் துடித்தேன்
என் உயிராய் நீ வாழ்வில் வந்தாய்
ஓர் வினையாய் நான் உன்னை செய்தேன்
என் பிழையை நீ திருத்தங்கள் செய்தாய்.

இரு விழிகளின் இடைவெளியினில் நான்
என்னை துறக்கிறேன்.
இருமனங்களின் மறைவெளியினில் நாம்
வளர்கிறேன்.

கண் திறந்து மேலே பார்த்தேன்
மழை துளியாய் கண்ணில் விழுந்தாய்
கண் மூடி உன்னை நினைத்தேன்
தண்ணீராய் வெளியே வந்தாய்.

செதில் செதிலாக உன்னை சேர்ந்தேன்.
இதமாய் என்னுள் சேர்ந்தாய்
பதில் பதிலாக உன்னை கொன்டேன்
புதிராய் என்னில் நின்றாய்.

இணைபிரியும் இமைகளில்
உனை கண்டு வேர்க்கிறேன்.
இணைசேரும் இதழ்களில்
உயிர் கொண்டு தோற்கிறேன்.

இருவிரல் பிடித்து நாம்
இரவினில் நடக்கையில்
கனவுக்கே கனவாய் தோன்றும்.

நிஜமில்லை நிழலில்லை
நகம் மேல பட்ட விரல் இவள் தானா
கனவில்லை நினைவில்லை
காதில் கேட்ட குரல் இவள் தானா.

நீ மட்டும் வா கண்ணுக்குள்ள
ஒட்டி சிரிப்பேனே நான்
நான் மட்டுமா உன் கூட
சேராம சாகட்டுமா.

மறக்காம மனசார மடிசாய மயங்கி நின்னேன்
அழுதா கண் தொடைக்க வருவேனே நான்
பறக்காம படிசேர பாதை தாங்கி நின்னேன்
விழுந்தா கைதூக்க நின்பேனே நான்.

சேந்து சிரிச்சு வாழனும்
ஒன்னா ரசிச்சுப் பாக்கனும்
கலந்து கரைஞ்சு போகனும்
எல்லாம் ருசிச்சு வேகனும்

விட்டுப் பிரிய மாட்டேனே
விட்டு கொடுக்க மாட்டேனே
சேர்ந்து வாழ கோடி ஆசை கூட்டி வருவேனே.

ஒரு மந்திர ஜ்வாலை இரு தந்திர கண்களால்
என்னை தாக்கி போனதேனோ
ஒரு சந்திர மாலை இரு இந்திர சொல்லால்
என்னை வாங்கி வந்ததேனோ.

ஒரு மாலை நேரம் என் கண்ணின்னுள்ளே
குறு காதல் காட்டிச் சென்று
இருள் பூசும் போதும் என் நெஞ்சினுள்ளே
சிறு சாரல் சாத்தி கொன்றது.

காந்திருந்து தேங்கினேன்
கால் தடங்கள் கைகள் தாங்கவே.

கனாக்கள் கமிழும் கண்கள் நீயே
கணங்கள் இனித்து கரம் சேர்வாயா
உலாக்கள் உலவும் உலகம் நீயே
உயிராய் இருந்து உடன் வருவாயா
வழிகள் திறக்கும் வழித்தடம் நீயே
விழாக்கள் அமைத்து மகிழ்ந்திருப்போம் வா.

கரைகள் கடக்கும் அலைகள் அமைக்கும்
கைகளின் இறுக்கத்தில் இருதயம் நனையும்
உலகும் சுருங்கும் உனக்கும் எனக்கும்
இடையில் நெருக்கம் உருக்கி அணைக்கும்.

இமை மூட தயங்கும் எங்கு உன்னை
காணாமல் போவேனென்று
இமை திறக்க மயங்கும் உன்னை நான்
ஏந்துவேனென்று .

எக்கனா கண்டாலும் என் கண்முன்
தோன்றுவது
உன் காதல் கலக்கமே.

துன்பட்டு புண்பட்டு இருக்கும்
என் மனதின் மருந்து
நீ பேசும் வார்த்தைகளே.

நீயின்றி நானுமில்லை நானின்றி நீயுமில்லை
யுகமாய் போற்றிட, சுகமாய் வாழ்ந்திட
இருவரும் மனம் கோர்க்க மனுவைக்கிறேன்.

கன்னங்கள் காயவே முத்தங்கள் பேசுதே
கண்ணோரம் காதலும் வேகுதே
நெஞ்சோரம் சாயவே நிலவும் கரையுதே
எல்லைகள் எங்கோ ஓடி சேருதே

வானில் வாட்டியெடுத்த வண்ணமொன்று
சொல்லாமலே நெஞ்சில் தரையிரங்கியது

உன்னை பொழுதும் நினைத்தே
பொழுதை தொலைத்திருந்தேன்.

வெளிச்சம் போனதும் நிழலும் நீங்கி விட்டது
என்றேன் ஆனால் உயிராகி உள்ளே ஒளிந்துக்
கொண்டாள்

ஆகாயம் தாண்டி எல்லை சேருவேன்
அங்கேயும் நீ மின்னிப் பூக்க.

காரம் சாப்பிட்டால் தான்
கண்ணீர் வருமென்றிருந்தேன்
அவளை காணாமல் இருந்தாலும்
அணை பெருகியது.

மூச்சில் மட்டும் முத்தம் கொடுத்தவள்
இன்று முத்தத்தோடு கலந்துவிட்டாள்.

நீயும் பேசாமல் நானும் பேசாமல்
இதில் எப்படி நிம்மதி மட்டும் நிரந்தரமாகும்.

கேளாமல் தினமும் கேக்க
பாராமல் அணுவாய் பார்க்கிறேன்
கனவா அல்ல நினைவா அல்ல நினைவுகளா
என்று புரியவில்லை போகும் பொழுதுகளும்
ரசிக்கும் காணொளியும்
ஒன்றை மட்டும் நினைப்பூட்டிப் போகிறது
உந்தன் முகம் அதுவே.

நீங்காமல் உன்னுடன் நிலைத்திருப்பேன்

∞♥ Be with you everytime
&
Forever — Assu soo ♥∞